Contents

Panimula	1
UNANG KABANATA - APRIL 08, 2023	2
IKALAWANG KABANATA - APRIL 09, 2023	15
IKATLONG KABANATA - APRIL 10, 2023	18
IKA-APAT NA ARAW - APRIL 11, 2023	21
IKA-LIMANG ARAW - APRIL 12, 2023	29
IKA-ANIM NA ARAW - APRIL 13, 2023	38
About the Author	45

Hanggang Sa Muli, Ginoo

Ma. Mica Jose

Ukiyoto Publishing

All global publishing rights are held by

Ukiyoto Publishing

Published in 2024

Content Copyright © Ma. Mica Jose

ISBN 9789360498696

*All rights reserved.
No part of this publication may be reproduced,
transmitted, or stored in a retrieval system, in any form
by any means, electronic, mechanical, photocopying,
recording or otherwise, without the prior permission of
the publisher.*

The moral rights of the authors have been asserted.

*This book is sold subject to the condition that it shall not by
way of trade or otherwise, be lent, resold, hired out or
otherwise circulated, without the publisher's prior
consent, in any form of binding or cover other than that in
which it is published.*

www.ukiyoto.com

Panimula

Iba't ibang klase ng tao ang ating matatagpuan at makikilala sa buhay. Iba't ibang klase ng tao ang darating at dadaan upang sa atin ay magpahayag ng interes, paghanga, at kung minsan naman, ng pagmamahal. Ngunit hindi lahat ng nagpapahayag nito ay tunay at nananatili. Sapagkat kadalasan, nagsisilbi lamang silang aral o kaya naman ay inspirasyon sa atin. Sabi nga ng ilan, you never met a person by accident. May dahilan at may dahilan daw kung bakit natin nakikilala ang isang tao. May dahilan kung bakit ang iba sa kanila ay hindi nanatili at nagtagal, may dahilan kung bakit dumaan lamang sila sa buhay natin at agad ring lumisan. Ito nga pala ang isang maikling kwento na may halong saya, kilig, at lungkot tungkol sa isang tao na naging mahalagang bahagi ng aking buhay. Isang tao na naging bahagi ng aking buhay sa loob lamang ng anim na araw. Kaya naman maituturing ito na pansamantala ngunit nag-iwan naman ng permanenteng ala-ala at inspirasyon na lagi kong taglay ngayon sa buhay.

UNANG KABANATA - APRIL 08, 2023

"Hi Sir! May Defu na po ulit kami, matagal ka nang hinihintay n'yan."

Bati ko sa lalaking tuloy tuloy na pumasok sa tindahan. Natatandaan ko kasing noong mga nakaraang lingo n'ya pa hinahanap yun pero laging wala.

"Oh? Meron na ulit?"

"Yes po."

"Parang ngayon ka lang ulit namin nakita ah." wika naman sa kanya ng mga kasama ko pati na rin si Ate Sha na amo namin.

February 2023 kung hindi ako nagkakamali simula nang maging customer namin s'ya. At dahil paborito n'yang bilhin yung kapeng Defu, yun na rin yung naging code name namin sa kanya. Hindi rin naman namin alam yung pangalan n'ya.

"Namiss ko po yung maliit e, na maganda."

Nakangisi n'yang sagot kay Ate Sha na noon ay nasa kaha. Pagkatapos ay napansin kong sumulyap sa'kin. *Ano daw? maliit na maganda? ako ba yun? HAHA.* Pero syempre kunwari wala lang like *sus, ganyan naman kayong mga lalaki e, magaling mambola.*

Natapos na 'ko ng transaksyon sa kanya ngunit nanatili pa rin siya sa harap ng counter at nakipag kwentuhan kay Ate Sha tungkol sa negosyo. Kaya yung tenga ko, nakikinig rin sa kanila dahil interesado din ako sa ganung topic. Makalipas ang ilang sandali, hindi na 'ko nakasagap ng chismis dahil sunod sunod na yung mga bumibili at naging abala na kaming lahat.

"Neng pakikunan nga ako ng tatlong mucho!"

Tawag ko sa bagong pasok naming boy dahil may bumibili noon ng isang case at kulang yung nasa ref. Paglabas n'ya, isang case na yung bitbit kaya pala medyo natagalan.

"Tatlo lang kako e" natatawa kong reklamo.

"Ay, tatlo lang ba?"

"Sige okay na 'yan. I refill ko nalang."

Pagkatapos ng transaksyon ko dun sa customer ko, kumuha naman ako ng basahan para punasan yung sobrang beer na irerefill ko. Pero nang ilalagay ko na, naroon na rin pala si Sir Defu sa tabi ng ref at nakaupo habang nagsi cellphone. Siguro umalis na s'ya sa harap ni Ate dahil marami ng tao. Dahil doon, medyo naiilang ako sa pagkilos. Sobrang lapit lang kasi n'ya sa'kin kaya nag excuse nalang ako para maabot ko yung alak sa case.

"Ano na nga'ng pangalan mo?"

Napatingin ako sa kanya bago tipid na sumagot. Attitude e.

"Nyx po."

"Nyx?" ulit n'ya na ibig sabihin e last name pa ata.

"Nyx Ramos po."

"Cum laude ka pala?"

Tumango lang ako at ngumiti sa kanya. Saan n'ya kaya nalaman? Medyo nakakaramdam na 'ko ng kaba na hindi ko alam kung bakit.

"Mataba ka pala sa picture? Ikaw ba 'to?"

Tanong n'ya ulit sa'kin at pinakita yung search result sa facebook. Ay aba, nakasearch na pala agad yun?

"Hindi po ah, 'di ako 'yan."

Hindi rin ako payag na mataba ako ah haha. Umalis na 'ko pagkatapos kong ilagay yung huling bote ng beer sa loob ng ref at lumapit sa bagong dating na customer.

"ah eto pala, nakita ko na."

Narinig kong wika n'ya pagtalikod ko. Ilang customers din yung inassist ko dahil si Ate Sha naman ang nasa kaha. Medyo nakakarindi na din ng mga oras na yun sa dami ng tao. At lahat kami abala sa kanya kanya naming customer. At nang maya maya pa'y wala ng tao, mauupo na sana 'ko nang mapansin kong may tao pang nakatayo sa harap na ramdam kong nakatingin sakin. Si Sir Defu pala. Lumapit ako sa kanya dahil pakiramdam ko may kailangan pa s'yang bilhin o itanong.

"Ano pa po?"

Tanong ko sa kanya pagkalapit ko.

"Number mo nga."

Nakangiti niyang utos sa akin. Oo as in utos talaga kasi wala man lang tanong tanong kung pwede ba. And I was like *"Ha?"* bigla akong na speechless haha. Tiningnan ko siya at yung hawak n'yang cellphone na nakaready na magtype. Natawa nalang ako nang hindi ko talaga alam kung anong isasagot ko. Seryoso ba 'to? Kanina pangalan lang ah? Ayaw ko namang ibigay lang basta basta. Dapat may konting pabebe pa, charr haha. Pero hindi kasi ako nagbibigay talaga ng number kahit kanino.

"Saka nalang po."

Nakangiti at alanganin kong sagot. Ayaw ko rin namang sumagot ng hindi pwede dahil baka sabihin ganda ka girl? Haha

"Bakit? Ngayon na ah ganun din yun."

"Ah, eh basta po next time nalang."

At ibinaling ko na yung tingin ko sa papalapit na customer dahil busy pa din yung tatlo kong kasama.

"Ano po?"

Tanong ko sa customer na noon ay nag iisip pa. Kasabay noon ay akmang aalis na 'ko sa harap nya nang iniabot n'ya sa'kin yung phone n'ya na wala rin sa sariling kinuha ko.

"Type mo nalang"

Hindi ko alam kung anong nangyari at kung anong pumasok sa utak ko noon at nagmamadali 'ko ring kinuha yung phone n'ya at tinype yung number ko bago tuluyang umalis at lumapit sa customer. Naging abala nanaman ako at hindi ko na din namalayang umalis na s'ya. Ilang minuto ang lumipas, wala ng maraming tao. Napatingin ako kay sa boy namin na noon ay nakatingin din pala sa'kin. Yung tingin na parang parehas kaming nagtataka haha. Nakita niya kasi yung nangyari kung paano ko binigay yung number ko. Natulala naman ako sa isang tabi at saka palang natauhan. *Parang nabigla ako dun ah. Ba't ko nga din ba tinype yung number ko?* tanong ko sa sarili ko nang magsalita yung isa sa mga kasama ko. Si Ate Ai.

"Bakit Nyx? Napano ka?"

"Ate, parang nablangko ako."

"Bakit?"

"Hiningi kasi ni Sir Defu yung number ko. Hindi ko sana ibibigay pero tinype ko din pag abot n'ya sa'kin ng cellphone n'ya. Parang nataranta kasi ako."

"Yan! HAHA"

Sabay nilang sagot sa'kin at nagtawanan sa pagiging lutang ko. Ilang oras na lang at malapit na kaming magsara ng araw na 'yon. Habang wala pang mga tao ulit, kinuha ko muna yung cellphone ko. Pagkabukas ko ay may tumambad na ngang message from unknown number.

"Magandang gabi"

"Miss Mica ako nga pala yung bumili sa Groceries."

Dalawang magkasunod na message. Nung una nag alanganin pa 'kong magreply. But in the end kahit medyo kinakabahan, nag compose pa din ako ng message. Hindi ko pa alam kung may load ako.

"Ah okay po haha. Good evening din po"

OMG! May load pa pala ako. Oh Diba? Para akong sira na nakatawa agad magreply sa text. At iyon na nga ang naging umpisa ng anim na araw naming kwento.

Pakiramdam ko tuloy bumalik ako sa highschool days na text ang uso.

"Hay salamat akala ko di ka magrereply e"

"Kumain ka na?"

Naku po lumang moves ang gamit, charr haha. Pero syempre hindi ko pinansin yun. *Ganda ka Nyx? haha.*

"May load pa pala 'ko haha. Akala ko wala na e"

"Pangalan mo po?"

"John"

"John Wick"

"Yung totoo po? haha"

"John Ed pangalan ko Miss"

"Idol ko kasi yun si John Wick e, kilala mo yun?"

At iyon na nga, bago ako tuluyang nakipag palitan ng mensahe sa kanya kinausap ko muna yung sarili ko. I told myself na huwag na huwag kang mafafall Nyx kung ayaw mong mabroken na naman. At syempre pumayag naman yung sarili ko, nagkakaintindihan kami e. Hanggang sa nagtuloy tuloy na yung conversation namin. Nakailang palitan din kami ng messages that evening of April 08 dahil napunta yung topic namin about my dream of being a PNP like Him.

"Ang galing mo pala"

"Pa'no pong magaling e wala pa naman po ako sa exciting part. Nag uumpisa palang po ako e."

"Yung title mo goods nayun matic may CSC ka na diba?"

"Yup Sir. Meron na po. Pero next year pa po ako mag a apply sa government e"

"Ano papasukan mo?"

"Ano nga course mo Miss?"

Ito yung tanong na palagi kong naririnig mula sa mga tao sa paligid ko. Sa totoo lang hindi ko din talaga alam kung saan ako mag a-apply ng trabaho dahil yung gusto ko nga e malabo naman na talagang mangyari. Nawalan na din ako ng pag asa. Kinalimutan ko na nga yung pagpupulis e, ikaw ba naman hindi na tumangkad at nanatili ng pambata yung height.

"Di ko pa din po alam e. Wala pa po 'kong idea. Saan po ba maganda?"

Oh diba? At dahil pulis na s'ya, sa kanya ako manghihingi ng idea at baka sakaling may suggestion s'ya.

"Makulit utak mo. Hanapin mo yung komportable at masaya ka yun ang maganda"

Ay wow! I said in my mind. Parang iba 'to ah, parang may sense yung magiging usapan namin nito. Sandali akong tumigil at nag isip isip habang sinusulyapan yung reply n'ya, oo nga naman. Pero malabo talaga yung gusto ko e. Doon nga ako masaya at komportable pero imposible naman.

"May gusto po talaga 'ko dati pa kaso hindi pwede. Hindi po papasa sa height."

At naiopen ko na nga sa kanya yung talagang pangarap ko noon pa.

"Alam mo ba na may sagot sa problema mo?" reply n'ya naman sakin. Alam kong height waiver yung tinutukoy niya pero hindi ako sigurado.

"Wala na po yatang sagot sa problema ko haha. Wala pa din akong ibang choice."

"Alam mo height waiver?"

"Yes po. Pero pang indigenous people lang po diba yun?"

"Oo pero may tinatawag na adoption"

"At kung may backer ka kahit cute ka, makakapasok ka."

Ha? Ano cute daw? Anong connect kaya nun? Haha ano ba yan binobola na naman ata ako nito. But honestly naging interesado ako sa mga sinasabi niya noong gabing iyon. Yung tipong nakatutok na yung cellphone sa mukha ko at nag aantay ng reply n'ya para sa mas marami pang impormasyon.

"Ay ganun? 'di ko po alam yung adoption na yan. Pa'no po yun?" reply ko naman kaagad.

"Ay gusto nga hahaha sure ka ba?"

Mukha ba akong nagbibiro, Sir? Haha nako naman parang duda sa'kin 'tong taong 'to.

"Hays Miss"

"Bakit gusto mo mag pulis ang main reason"

"Tanungin muna kita bago kita imulat kung ano ang PNP."

Magkakasunod na message n'ya sa'kin na hindi naman ako nakasagot kaagad. Like wow haha parang interview ito ah. Bakit nga ba? Pero kasi ang alam ko lang e pangarap ko talaga yun mula pagkabata.

"Passion lang Sir. Gusto ko lang talaga since elementary pa 'ko."

"Pero parang na-give up ko na din po kasi nga di na 'ko tumangkad hanggang naka graduate HAHA"

"Alam mo ba na mas maliit pa yung classmates ko sa'yo?"

"Alam mo ba na ang course mo okey na okey sa PNP. Yung mga Female namin dito ang tinatanong yung magaling sa Office."

"Regarding nga pala sa Height mo, alam mo ba ang proces kung sakaling gusto mong kumuha?"

"Miss Nyx Baka na astigan kalang sa uniform huh"

It hits a different feeling while I'm reading his sunod sunod na messages. It was like my inner child and my dreams that I put into sleep a year ago were suddenly awakened. Para akong may kausap na mentor.

"Too interested po haha"

"Hindi po ah, dream ko na talaga yun dati pa. Sabi ko nga kahit nup nalang po kung sakali e."

"Ay ganyan na ganyan ako hahaha elementary dream."

Wow parehas pala kami. Eh di posible din pala na ma achieve ko din talaga 'yun.

"Alam mo, kung may pagkakataon kang mag apply ng NUP i push mo matutulungan ka nila sa problema mo"

"Ako ang tanging maibibigay ko lang sayo is i guide ka, wala pa ako sa katayuan na kaya kitang tulungan, kakatapos ko palang din sa training eh."

"And bata ka pa, kung gusto mo talaga mag PNP yakang yakang, mataba utak mo."

"Uy sorry huh kung ang dami kong text, gusto kitang tulungan naiinis ako kasi wala akong magawa."

Aww, I'm slightly touched.

"Napapaisip po tuloy ako ng todo haha" at iyon lang ang tangi kong naging sagot sa mga text n'ya.

Nagpatuloy pa ng ilang minuto yung conversation namin. He felt how interested I am dahil siguro ang dami kong tanong sa kanya. Lumalalim na ang gabi noon para sakin kahit parang alas otso palang dahil maaga akong natutulog. Kaya maya maya pa ay nagpaalam na din ako. But honestly nawala yung duda ko sa kanya na kagaya din s'ya ng ibang lalaki na haharutin lang ako. Dahil yung nararamdaman ko during our conversation is isa siyang mentor na may maiaambag sa buhay ko, sa pag grow ko. And before I totally fell asleep and ended our conversation that night, he messaged me again.

"Uy wait may favor lang ako, isa lang."

"Yes po? Ano po 'yun?" medyo kinakabahan ko namang reply dahil hindi ko alam kung anong favor yun. Ngayon palang kami nagka-text may favor agad? Medyo curious at kabado ako sa favor na sinasabi nya.

"Kapag tapos ka na sa book mo na nasa counter pahiram, basahin ko lang din kung ok lang huh."

Hays salamat, haha. Yun lang pala, akala ko kung ano na e. But wait, pa'no n'ya kaya nalaman na sa'kin yun?

"Aay haha napansin mo po pala yun. Yes po sure. Patapos ko na din yun e, last chapter na po." yung book pala na Think And Grow Rich by Napoleon Hill yung tinutukoy niya.

"Good night na Nyx."

"Thanks nga din pala sa time akala ko kasi kanina di ka magre-reply hahaha"

"Basta may sense na usapan po nagrereply ako HAHA. Thanks din po! Goodnight."

"ay grabe"

"prang ka eh"

Ano daw? haha hindi ko na gets. Ah siguro prangka yun Hindi na 'ko nagreply sa message n'ya at natulog na 'ko. Remember, bawal akong ma-attach. Pero grabe, I like our very first talk tonight haha. Talagang na inspire ako ng bongga at para bang nagising ang natutulog kong pangarap noon na maging pulis. He actually told me na huwag ko na s'yang tawaging Sir pero nakakailang naman.

IKALAWANG KABANATA - APRIL 09, 2023

Nagising ako kinaumagahan sa tunog ng alarm. Nakapikit pa ang mata na kinapa ko yung cellphone ko para tingnan ang oras. But as I look at my phone,

"Good Morning Miss" text message agad mula kay Sir Defu.

Wow, ngayon ko lang ulit naranasan na may good morning text. Natatawa kong bulong sa sarili ko. Chineck ko yung oras at 4:31 pa lang ng umaga. Sobrang aga naman ng unang good morning n'ya at nauna pa gumising sa'kin. Bumangon na 'ko at gumayak para sa pagtupad dahil araw iyon ng Lingo. Pagkatapos ng pagsamba ng umaga ring iyon, ay agad naman akong umuwi para ihatid si mama sa bahay. At gumayak na ulit para bumalik papuntang trabaho. Kasalukuyan akong nagmomotor nang may pamilyar na lalaking umagaw sa atensyon ko. Napatingin ako sa lalaking nakatayo sa harap ng water station na nakatingin din sa kalsada. Sakto namang nag-tugma din ang tingin namin. *Omg!* si Sir Defu pala. Akala ko chics na e, chass. Nginitian ko nalang s'ya at bahagyang yumuko bilang pagbati. Bakit parang nahiya ako bigla? haha.

"Ang ganda mo naman miss"

Text message na nabasa ko nang tingnan ko yung phone ko bandang tanghali. Madalang na din kasi talaga akong gumamit ng cellphone sa tindahan dahil mas gusto ko nang magbasa ng aklat. Honestly napangiti ako sa message n'ya. Oo na kinilig po ako haha. Pero hindi pwede Nyx ano ba, kaya nevermind nalang. So as usual, hindi ko ulit yun nireplyan. Nagbasa na lang ulit ako ng book para ibaling sa iba ang atensyon ko. Ngunit makalipas ang ilang oras, may message ulit s'ya pagka check ko sa phone ko. Pero tungkol na ito sa pag process nga ng height waiver na inupdate n'ya sa'kin. Dahil doon nagkatext na ulit kami sandali.

"Sige hanggang dun lang maitutulong ko, hayaan mo malay mo sa isang taon kasama na kita mag checkpoint."

Aww shems nakakalakas naman ng loob, sana nga.

"Matalino ka naman kaya kaya mo yan,"

"Sorry huh kung nag text ako sayo nang nonsense kanina hehehehe, nabigla lang ako. Iba ka kapag nakasakay sa motor walang halong biro nakaka attract ka hehe di ko sinasadyang

tumingin kaninang umaga ikaw pala, basta maganda ka hehehe, and don't reply na dito, inopen ko lang"

Hays ano ba 'yan kinikilig na naman po ako. Pero syempre akin na lang 'yon haha. Pagsapit ng gabi ng mismo ring araw na iyon, nag usap na din kami through phone call. We talked about lot of things that night including books and my other hobbies. In fact, he offered me book kung gusto ko daw bang hiramin. Syempre sinong tatanggi don diba? haha. At iyon na nga, if I'm not mistaken noong araw din na 'yun tinanong n'ya 'ko kung pwede n'ya daw ba 'kong ilabas. Syempre as a binibini, hindi ako nakasagot kaagad. Alangan namang umoo nalang ako agad diba? Chass haha. Oo nga, lalo't hindi ko pa naman s'ya kilala. The best reply I sent to Him that night is pag iisipan ko muna at pumayag naman s'ya. At dahil ipapahiram n'ya sa'kin yung book kinabukasan, dapat daw may sagot na din ako pagka-bigay n'ya. Umoo nalang ako kahit hindi ko pa alam kung papayag ako o hindi. Hindi ko din kasi alam kung date ba 'yon o ano haha.

IKATLONG KABANATA - APRIL 10, 2023

"Good Morning Nyx."

Message na naging umpisa ulit ng conversation namin ng araw na iyon. And like what we have talked about, ihahatid n'ya sa'kin yung book na around 2 to 3 PM dahil yun lang daw yung oras na pwede siyang lumabas. Sumapit ang ala-una ng hapon, nasa labas ako kasama si Ate Ai at pareho kaming abala sa pagbabasa. Maya maya pa ay may huminto na ngang motor and when I checked kung sino, si Mr. Defu na nga. Bumaba s'ya ng motor at binuksan yung compartment at may kinuha bago lumapit sa'min. Ako naman, hindi ko alam kung paano ko s'ya i aapproach kasi bigla akong nahiya at kinabahan. Lalo na at kasama ko si Ate Ai at naroon din si Ate Sha na nakaharap sa'min. Tumingin nalang ako at ngumiti paglapit n'ya. Dala n'ya na nga yung book at iniabot sa'kin na kaagad namang kinuha ni Ate Ai para tingnan. *"Thank you po"* mahina at nakangiti kong tugon at nag palitan ng kaunting conversation. Ang hina rin ng boses n'ya na halatang nahihiya at hindi komportable. I think pareho kaming na awkward haha.

Hindi n'ya na nga din naitanong sa'kin kung nakapag desisyon na ba 'ko na lumabas kasama n'ya dahil nagpaalam na din s'ya kaagad.

Pagkaalis n'ya, I scanned the book at itinabi ko muna dahil may mga customer na. After an hour at wala nang tao, I sat again and hold the book from Him. Ang ganda ng book from the tittle which is **Never Give Up,** saktong sakto sa akin. Naisipan kong tingnan yung bookmark na kasama nito, at nang iopen ko yung page kung saan ito naroon **"Just Say Yes"** ang agad kong nabasa. Sinadya kaya ito o nagkataon lang? Shemss haha napangiti ako thinking it was a logic. Kasi nga dapat may kapalit na sagot yung paghatid n'ya ng book. Ang witty naman ni Mr. Defu kung sinadya n'ya yun haha. Ang assuming ko po sa part na 'to.

That afternoon, chineck ko yung phone ko at hindi ako nagkamali. May message na nga galing sa kanya. Una is pinapalabas n'ya na 'ko dahil pupunta na sya at kasunod noon ay hindi n'ya na nga daw naitanong kung anong sagot ko dahil bigla daw siyang nahiya. Ay wow haha sabi na e. Ako lang naman po ito, charr. Oo nga, kahapon eh hindi rin s'ya bumili dito kasi daw nahihiya na s'ya. So dahil doon, pumayag na 'ko na lumabas kasama n'ya. Lalabas lang naman e, wala namang masama dun. Wala naman akong boyfriend at wala rin s'yang girlfriend according to Him. Pero hindi tayo sure don haha. Mahirap magtiwala sa totoo lang unless he do everything to prove me I'm wrong. Anyway, we also talk about relationship na din and I told Him na saka na 'ko magbo-boyfriend kapag stable na 'ko.

Pumayag na nga akong lumabas kasama n'ya. Okay na sana kaso ang naging problema, wala naman kaming mag-match na time. Ang gusto n'ya kasi ay pagka out ko galing trabaho which is pass 7 pm na or 8 dahil yun lang daw yung time na pwede siyang lumabas. Ako naman, araw ko gusto kasi ayaw kong kung saan saan pa 'ko dadaan pag out ko sa trabaho. At isa pa, mahirap kapag gabi ako lumabas lalo na at lalaki sya. Hindi ko pa din s'ya kilala kahit na sabihin nating pulis s'ya or what. So ang ending, panalo ako. Araw kami lalabas and mag a update nalang daw s'ya kung kailan siya pwedeng lumabas ng araw. Hmp bakit parang ako na yung maghihintay sa kanya kung kailan siya pwede? Pero nag apologize naman s'ya. At dahil umoo na nga ako, tuloy na 'to anytime. Para naman makilala ko din s'ya at makapag interview pa. Kasi feeling ko may mga lessons pa 'tong maituturo at maipapayo sa akin. Sabi nga, talk to people na narating na yung gusto mong marating.

IKA-APAT NA ARAW - APRIL 11, 2023

Araw ng Martes, nakipag-palitan muna ako ng day off sa mga kasama ko. Schedule ko kasi iyon para pumunta ng LTO office para mag-ayos ng lisensya. Pagdating doon, medyo matagal yung processing kaya habang naghihintay e nakipag text na muna ako kay Mr. Defu. Anyway, alam niya kung nasaan ako ng araw na 'yon kaya naman nagtanong s'ya kung anong oras ako uuwi. Kung pwede daw bang sabay na kaming mag lunch sa labas kung wala akong gagawin. Pumayag naman ako. Wala din naman akong gagawin at iba pang lakad. So eto na siguro yun, ngayon na kami lalabas. Ngayon na nagmatch yung time namin.

Pasado alas onse nang matapos ako sa lakad ko. Hindi ko na katext si Mr. Defu pero ang usapan naman e doon kami kakain sa lomi house na madalas naming kainan ng mga barkada ko noon. While driving pauwi, naisipan kong dumaan muna kila Allyn bago tumuloy sa usapan namin. Feeling ko naman ay medyo mali-late din s'ya ng punta. At ilang hakbang lang naman yung kila Allyn mula sa lomi house. Pagdating kila Allyn, halatang nasorpresa s'ya dahil wala man lang kasi akong pasabi na pumunta. Ilang minuto din akong nanatili doon at inalok nila 'ko na doon na kumain. Pero dahil nagtext na si Mr. Defu na naroon na s'ya, nagpaalam na din akong umalis.

Magkahalong hingal at kaba na bumaba ako sa motor at agad ko din naman s'yang nakita doon na naghihintay.

"Kanina ka pa po?"

Tanong ko kaagad sa kanya paglapit ko.

"Hindi naman. Ano tara?"

"Ba't parang pagod na pagod ka?"

"Tumakbo po 'ko e. Dun pa kasi yun sa pababa."

"Ba't ka kasi tumakbo ang lapit lang naman. Nakita ko nga yung motor mo dun."

Tugon n'ya sa'kin sabay abot ng dala n'yang milktea. Kinuha ko naman at s'ya na ang nag insist na umorder ng makakain namin. Ako naman, naghanap nalang ng table at nauna na doon.

"Nyxx relax! act normal." saway ko sa sarili ko habang itinatabi sa gilid yung mga gamit ko. At bago pa s'ya makasunod sa kinaroroonan ko e okay na. Nakausap at napakalma ko na yung sarili ko na kanina ay talagang nininerbyos. Umupo na s'ya at nag umpisa na kaming

magkwentuhan habang naghihintay ng pagkain. Si kuya Patrick pa din pala yung staff doon na customer din namin sa tindahan. Una niyang dinala sa pwesto namin yung baso, kasunod ay kutsara at tinidor, plato, at iba pa.

"Pabalik balik talaga. Di nalang pag isahin ng dala."

Mahinang bulong ni Mr. Defu na parang nagrereklamo kaya bahagya akong natawa. Kasunod noon ay yung mismong foods at drink na din namin. Medyo nagulat naman ako sa kinilos n'ya dahil pinagsandok n'ya pa 'ko at s'ya na din yung naglagay ng soft drinks sa baso ko. *Ang gentleman naman ni kuya* sa isip isip ko. Nag-umpisa na kaming kumain at nag tuloy-tuloy na din kami sa kwentuhan. S'ya lang pala yung mas ma-kwento at madaldal kasi madalas nakikinig lang ako. Paminsan minsan lang ako nagsasalita at nagtatanong sa kanya. Nakahalata naman s'ya bandang huli pero wala 'kong magagawa haha. Tahimik lang talaga ako sa umpisa. Wala pa rin naman akong masyadong maikukwento at maisi-share. I couldn't stop looking at his eyes while He was talking about random things. Ang dami niyang shinishare sa'kin about his life and his profession na pangarap ko din. I love listening to Him lalo na at kumbaga e nasubukan n'ya na o naumpisahan n'ya na yung mga balak at gusto ko palang gawin.

"Oo nga pala, tapos mo na ba yung hinihiram ko sa'yo?" tanong n'ya sa'kin.

"Yes po, pero mas maganda yung isa kong book. Yun muna ipapahiram ko sa'yo. Yung Rich Dad Poor Dad"

Naisip kong iyon na muna dahil mas bagay sa kanya yun.

"Tungkol saan 'yun?"

"Ganun din po, about financial literacy din pero mas maganda yung laman"

"Oh sige daanan ko sa'yo kapag lumabas ako ulit."

He's giving me lots of advice based on His experiences na hanggang ngayon e hindi ko nakakalimutan. Isa na doon yung tungkol sa pangarap ko na maging member ng PNP. At sa buhay nga daw, hindi nawawala yung mga taong maglo-look down sa'yo, pupuna, at magbibigay ng pressure. Yung tipong pagka graduate e hahanapan ka agad ng trabaho na akala yata nila e ganoon lang kadali.

"Ay tunay Sir, sa'kin nga po sa tindahan ang dami e."

"Anong sinasabi nila sa'yo?"

"Ayun, college graduate nga daw ako tapos cum laude pero bakit nandoon pa ako"

"Oh e ano namang masama dun diba? Ang mahalaga marangal yung trabaho na mayroon ka at hindi ka tambay. Ako noon sinasagot ko yung mga ganyan sa'min."

Oo nga naman, pero pass tayo sa sagot bahala sila d'yan haha. Ako kasi yung tipo na walang pakialam sa mga criticism. Hahayaan ko lang na sila ang ma-stress kakaisip at kaka-problema sa buhay ko. At iyon na nga, he told me lot of things too that boosted my self esteem at lalong nagpalakas din ng loob ko. Lalo na tungkol doon sa pagtuloy sa mga pangarap ko mula pagkabata.

Nakatitig lang ako sa kanya habang nakikinig sa lahat ng kwento at advice n'ya. Ang sarap lang kasing makinig ng makinig habang nagkukwento s'ya dahil nai-entertain ako. Doon naman kasi ako magaling e, sa pakikinig. Lalo na't binibigyan n'ya 'ko ng mga ideya kung anong mga dapat kong gawin.

"Saan mo balak mag apply ngayon?" tanong n'ya naman sa'kin pagkatapos n'yang magkwento.

"Makakapasok ka n'yan lalo na at may eligibility ka tapos maganda ka pa."

Seryoso at dire diretso pa n'yang wika na s'ya namang dahilan para matawa ako. *Maganda? Kasama ba talaga yun sa qualification?* Pero seryoso pa din s'ya kahit na natawa na 'ko. Totoo nga daw kasi 'yon. Hindi ko alam yun e, malay ko ba kung binobola lang ako nito.

Maya maya pa ay napunta na yung topic namin sa pag-reply ko. Kung bakit daw ilang oras bago ako magreply. Natawa na naman ako sa tanong n'ya dahil hindi ko masabi yung totoo na sinasadya ko 'yun dahil nga ayaw kong masanay na may katext ako tapos mawawala lang din. At sa madaling salita, ayaw kong mafall. Kaya sinabi ko nalang na naka silent kasi yung cellphone ko para iwas abala. But after asking me some questions, nakumbinsi n'ya 'ko agad na hindi dapat naka silent yung cellphone. Dahil paano daw kung emergency yung tawag. May point naman s'ya at dahil doon, inilabas ko yung phone ko at inalis ko sa silent mode bago ilapag ulit. Nagulat ako ng bigla itong mag ring dahil hindi ako sanay. At sino naman kaya itong himalang tatawag sa'kin? E s'ya lang naman yung tumawag dito mula kahapon. Natawa ako ng makita kong s'ya din pala yung nag missed call. Chi-neck n'ya lang daw kung sinunod ko s'ya. Hays haha taong 'to talaga.

"Yan tama yan. Edi makakareply ka na sa'kin agad ha? Maririnig mo na pag may text ako e".

I really enjoy the moment na magkasama kaming dalawa. Ang dami ko kasing natututunan and at the same time e naiinspire ako. As in nakatitig lang ako sa kanya kapag nagsasalita o nagkukwento s'ya. Maya maya pa'y nag ring na yung phone n'ya. Tumatawag na daw yung mga kasama n'ya na nag utos lang sa kanya na bumili. Pero ang usapan kasi namin e hanggang 3 pm kami doon. Wala pa namang 3 pm kaya inignore n'ya muna yung tawag. Although I insist na pwede naman na kaming umalis, hindi daw pwede. So ayun, hinintay nalang namin yung oras. There was a moment na naging tahimik kaming parehas. Ako naman, hindi ko alam kung anong pumasok sa utak ko at tinitigan ko s'ya habang umiinom noon. Checking lang kung paano s'ya magre-react haha. Maya maya'y napatingin din s'ya sa'kin ng mapansing nakatitig ako sa kanya. Nagtugma yung mga mata namin at natawa kaming parehas. Yumuko nalang ako habang nakangiti pa din. Hindi ko na maalis yung mga ngiti ko noon haha. *Ang cute n'ya din pala kasi! Nakakainis haha. Hay nako Nyx.* Sa isip isip ko. Mahigit 3 pm na ng magdesiyon kaming umalis. Sinuot ko na yung jacket, gloves, at helmet ko dahil takot po akong umitim at sayang ang kojic.

"Tingnan mo nga 'yan, mas astig ka pa sa'kin e"

Wika n'ya habang palabas na kami. Pinauna n'ya 'ko at kasunod ko naman s'ya hanggang sa food court. At doon na kami naghiwalay ng daan. *Sulit din 'tong araw na 'to,* sa isip isip ko. Ngunit kapwa namin hindi alam kung kailan ulit. Magkatext ulit kami pagdating ng hapon. Nag thank you s'ya dahil nga pumayag akong maglunch kasama s'ya. At syempre ako din, I said thank you kasi treat n'ya this time haha. Nag insist naman ako na share kami pero ayaw n'ya e.

"Nyx ganyan ka ba talaga makipag-usap grabe ka maka-titig kasi e"

"Gusto kitang titigan ng matagal, parang natatanggal lahat ng stress ko."

Napangiti na naman ako sa message n'ya. Oh sige na, kinilig na. He asked me if pwede pa daw ba kaming lumabas ulit. Pumayag naman ako since nag enjoy din naman ako nung kasama ko siya. Basta kako hindi s'ya manliligaw at lalabas lang kami as friends. Hindi ko alam kung bakit ko sinabi yun. Siguro dahil naging advance lang din ako. And honestly, ayaw ko rin namang paasahin s'ya just in case na yun nga ang intensyon n'ya. Lalo na't hindi rin naman kami pwede. At isa pa, hindi pa ako ready sa relationship at hindi pa din ako stable. Ang dami kong rason, pero hindi dahil hindi ko siya gusto kundi iyon talaga ang totoong mga rason kung bakit hindi pa talaga pwede.

IKA-LIMANG ARAW - APRIL 12, 2023

"Kumusta Nyx?"

Text n'ya sa'kin bandang hapon. Ang sarap pala sa pakiramdam na may taong mangungumusta sa'yo no? Lalo na at hindi talaga maganda ang araw mo. Sakto hindi talaga ako okay that day as in. At dahil medyo palagay na yung loob ko sa kanya at parang best friend ko na din s'ya, I told Him the truth na hindi ako okay. Na sobrang stress ako ng araw na iyon.

"Wag kang ma-stress sa kanila, sa pagkakatingin ko sa'yo matigas ka at motivated ka sa buhay"

I felt some relief in his message. At para bang pinaalala n'ya sa'kin na strong nga pala akong tao. Na hindi dapat ako naii-stress at naaapektuhan ng mga negatibong pangyayari sa paligid ko. Pero hindi ko lang kasi talaga kaya yung energy kanina. Hanggang gabi ng makauwi na ako sa bahay, magkatext pa din kami. At kahapon niya pa nga pala ako kinukulit na pakinggan yung ginawa niyang spoken poetry. Inupload niya daw iyon sa tiktok pero wala naman kasi akong tiktok account.

Hanggang sa ngayong gabi nga, nakumbinsi niya na 'ko na pakinggan yung ginawa niya through call. Ayaw niya daw kasing isend lang sa'kin as message dahil mas maipaparating niya daw ng maayos kung siya mismo ang bibigkas. Mga ilang minuto pa ay nag ring na yung phone ko. Nasa labas ako ng bahay noon at nakatambay lang sa duyan.

"Hello? Yes po?"

Malumanay na tugon ko sa kabilang linya.

"Ready ka na bang makinig? Huwag mo 'kong tatawanan ha?"

And when I said yes, sabay ko na ring ini open yung record button ng phone ko para mag record. Nag umpisa na siya sa pagbigkas ng spoken poetry na ginawa niya. Pinamagatan niya itong ***"Traydor Ako"*** na medyo wala pa akong idea kung tungkol saan ba iyon. Siguro tungkol sa profession n'ya yun. Tahimik na tahimik ako sa kabilang linya para pakinggan pa ang bawat salitang bibitawan niya. Ang galing niya nga palang mag spoken poetry. Ngunit ilang estansa palang, para akong naging isang estatwa habang nakikinig. *Bakit parang ako yung tinutukoy niya?* Bahagyang kumunot yung noo ko habang patuloy pa na nakikinig. Nakakaramdam na din ako ng curiosity at kaunting kaba. At maya maya pa nga ay napagtanto ko na, ako nga. Para sa akin nga at ako nga ang paksa. Inumpisahan niya muna ang lahat sa simpleng paligoy ligoy at sinundan ito ng pagtatapat. Doon niya inamin kung paano niya ko nakilala at kung paano niya ako nagustuhan. Sa pamamagitan ng tula, nalaman ko na ako ang dahilan kung bakit siya laging bumibili sa tindahan kung saan kami nagkakilala. At siguro nga daw, marami akong pinapaasa ng hindi ko alam. Na maraming bumibili sa amin na kagaya niya ay gusto lang akong makita. Sa kabila ng curiosity, nakaramdam naman ako ng tuwa. Sapagkat ito ang kauna unahang pagkakataon na may isang lalaking nag alay sa akin ng tula. Pakiramdam ko tuloy napaka espesyal ko naman. Pero ang tuwang iyon ay napalitan rin ng lungkot sa bandang huli.

Mariin niyang binigkas yung pangalan ko habang tahimik lang akong nakikinig *"Hindi kita makakalimutan. Alam kong hindi mo rin ako makakalimutan. Lalo na kapag nakilala mo 'ko. At alam kong makikilala mo 'ko-"*

Hindi ko na masyadong maintindihan yung iba pang kasunod na sinabi n'ya dahil medyo umingay na sa kabilang linya. Ang naalala ko nalang, titigil na siya. Dahil para sa kanya, hindi na daw tama. Hindi tama na ipilit niya yung sarili niya. Habang binabanggit niya yung mga salitang iyon, nagkaroon naman ako ng mga tanong sa isip ko. *Anong nangyayari at bakit biglang nagpapaalam 'to?* Ngunit hinayaan ko muna siya na tapusin ang tulang iyon. At nang matapos na nga siya at hinihintay niya ang pagsagot ko, saka naman ako hindi makapagsalita. Natulala ako at hindi ko na alam kung anong sasabihin ko. Nakailang ulit niyang tinawag yung pangalan ko bago ako nakabawi at lakas loob na nagtanong.

"Seryoso po 'yun?"

Para akong sira na naninigurado kung totoo ba lahat yun o nagbabakasakali na baka naman content lang. Pero gaya nga ng sinabi n'ya, totoo daw yun. Feelings lang naman daw yun at mawawala rin kapag lumipas ang ilang araw, lingo, o buwan. Ramdam ko yung lungkot ng tinig niya. Para naman akong lutang dahil hindi ko pa din alam kung anong sasabihin ko at kung ano ba talagang nangyayari.

"Ayaw mo po bang maging friends tayo?"

Tanong ko ulit sa kanya na ilang sandali siguro bago siya nakasagot. At sabi niya, hindi niya daw kayang makipag friends dahil mahirap. Dahil hindi n'ya din maiiwasan ang mahulog. Sa isip isip ko naman, pulis ba talaga 'to? Bakit ganito? Parang ang weak n'ya naman sa part na 'to.

"Last na 'to Nyx. Wag ka nang magtitext simula bukas ha?"

Nabigla nanaman ako sa sinabi n'ya at napatanong ako kung bakit. Bakit parang break up ito?

"Pag ginawa mo kasi yun, papa-asahin mo lang ako."

apatango nalang ako at tanging okay nalang yung nasabi ko. Gusto niya daw kasing magkaroon ng isang salita. Pwede naman daw akong magtext kinabukasan basta marereplyan ko na siya ng mabilis, at kung magkakagusto din ako sa kanya. Pero kung hindi, huwag na lang dahil aasa lang siya. Nakakalungkot sobra pero hindi ko rin naman s'ya pwedeng pigilan. Alangan namang ako naman yung maghabol. Naranasan ko na yun noon at sobrang hirap. Kaya sa pagkakataong iyon, tinanggap ko nalang din agad na hanggang doon na lang yung kwento namin. Masaya na rin naman akong malaman yung totoo na nagustuhan n'ya ko kahit sa maikling panahon lang. Sayang lang kasi akala ko magiging close pa kami ng husto at magkakaroon ng marami pang bonding. Pero hindi, dahil hindi na maaari at naiintindihan ko rin naman kung bakit. He want me more than friends kaagad habang ako, hindi pa ako handa. At hindi n'ya pa rin naman ako deserve dahil hindi pa ako masyadong nag gogrow. Marami pa 'kong kailangang iimprove sa sarili ko.

Nagkaroon pa kami ng maikling kwentuhan pagkatapos ng spoken poetry n'ya. At sa huling pag uusap na iyon ay mas nakatanggap pa ako ng ibang compliment mula sa kanya. Napansin niya sakin yung pagiging unique ko, dahil sa lahat daw ng babaeng nakasama niya, ako lang ang hindi niya nagawang hawakan ang kamay at hindi niya alam kung bakit. Siguro daw dahil mabait ako. Yun nga lang, may isang bagay na negatibo tungkol sakin base sa kanya. At iyon ay ang matagal ko ng alam at naririnig. Ang pagiging pusong bato ko dahil high school palang sinabi na sa akin iyon ng isa sa mga barkada ko.

"Gusto mo pa ba ng isa?"

Isa pang spoken poetry ang tinutukoy niya.

"Tama na. Baka paiyakin mo na 'ko e."

Natatawa kong sagot pero ang totoo parang gusto ko na talagang maiyak ng gabing iyon. I hate goodbyes! haha. Bakit ba kasi kailangan n'yang magpaalam? Ayaw niya ba talaga akong maging kaibigan lang muna hanggang sa makilala ko s'ya? At bago matapos ang huling tawag niya, may hiniling ako sa kanya.

"Pwede pong humingi ng favor?"

Nag-aalanganin kong tanong.

"Oh sige, kahit ano. Ano ba yun?" mabilis niya namang sagot.

"Pwede pong huwag mo nang kunin yung book na pinahiram mo sa'kin?"

Gusto ko lang din kasing maging remembrance. At isa pa ang ganda kasi ng pamagat ng aklat. Lalo na kapag nakalagay iyon sa gilid ng lamesa ko sa counter at masusulyapan ko yung pamagat na **"Never Give Up - You're Stronger Than You Think".** Lalo akong namomotivate. Para bang pinapaalala at patuloy na ipinapa-alala sa akin ng aklat na iyon na I am a strong woman na hindi dapat basta basta susuko ano mang hamon ang dumating sa buhay. At isa pa, magsisilbi din itong ala ala n'ya.

"Oh sige. Gusto mo ba yung isa pa? Yung ibibigay ko sa'yo?"

Muntik na akong mapatili sa tuwa haha. Akala ko kasi hindi siya papayag e. Pero pakiramdam ko narinig niya yung mahina kong pag *"yes!"* na parang batang nakuha yung gusto.

""Di nga? Talaga po? Thank you!"

Kinikilig na tugon ko naman sa kanya.

"Pwede po ba?"

Tanong ko ulit pagtukoy ko sa isang book pa na tinatanong n'ya kung gusto ko.

"Oo nga. Dalhin ko sa'yo bukas. Ibibigay ko nalang hindi na ako magti-text"

"Oh sige sige po. Payag"

Nakangiti ko namang sagot mula sa phone. Medyo nawala na yung lungkot na nararamdaman ko at napalitan ng tuwa at excitement. Hindi ko na naisip na huling sandali na nga pala iyon at wala na kaming magiging komunikasyon. Pero bago matapos ang gabing iyon, nag message din ako ng napakahaba. Hindi na din ako nahiya kasi huli naman na yon kaya sinulit ko na. Mensahe lang naman na naglalaman ng lahat lahat ng saloobin ko. Inamin ko doon yung totoo na gusto ko din naman siya. Na ideal ko din ang isang kagaya niya. Ngunit hindi maaari dahil hindi pa nga ako handa at hindi rin naman kami pwede. At iyon naman talaga ang totoo. I apologize din dahil nga ganoon ang naging ending namin. Na hindi ko man lang siya nabigyan ng chance dahil una palang siguro ay naramdaman niya na sa kilos ko na wala siyang chance. Dahil madalas ko ngang sabihin na saka na ako magboboyfriend kapag financially stable na 'ko. I told Him everything in my mind sa huling message ko. Sinabi ko na din na hirap akong magtiwala lalo na ngayon na ang daming mapagpanggap. At sa huli, nagbitiw din ako ng salita na kung sakali mang dumating ng tamang oras at panahon na magtagpong muli ang aming mga landas, baka sakali. Sobrang haba ng naging last message ko sa kanya. Akala ko hindi na siya magre-reply pero maya maya pa, may message siya ulit. Ako nalang yung hindi nagreply dahil ayaw ko na ring humaba pa yung usapan. Baka kasi bumaliktad na ang sitwasyon at hindi ko makontrol ang sarili ko na pigilan s'ya. Ayaw ko din naman ng ganun. Naranasan ko na yun noon sa naging boy best friend ko. Yung para kang laging naghahabol at humihingi ng atensyon. Yung tipong takot ka ng mawala yung taong 'yon sa'yo dahil nasanay ka na sa kanya. Kaya kahit anong dami ng red flag, hindi mo magagawang i let go yung tao.

IKA-ANIM NA ARAW - APRIL 13, 2023

Buti nalang at maaga pa din akong nagising ngayong araw. Yun nga lang, pakiramdam ko hindi ako magiging productive. Dala ko pa din kasi yung lungkot dahil sa pagpapaalam ni Mr. Defu kagabi. Ilang araw pa lang naman kasi kaming nagkaka-kilala at nagkaka palagayan ng loob tapos biglang goodbye nalang. Shems, ano 'to isang linggong pag-ibig? Chariz haha. Pero ayos na din yun, kaysa naman paasahin at pag-hintayin ko yung tao. Masasayang lang yung oras at panahon niya sa akin kapag nagkataon. Medyo nanghihina na gumayak na ako para pumasok sa trabaho. Hindi ko alam kung kailan niya dadalhin sa akin yung sinasabi niya na isang book. Pero baka wala na din yun. Baka hindi niya na din dalhin. May nabanggit din kasi siya kagabi na hindi na daw muna siya magpapakita.

Pagkatapos naming kumain ng tanghalian sa tindahan, hindi na muna ako pumunta sa labas para tumambay gaya ng araw araw na gawain namin nila Ate Ai. Sa halip ay sa kaha nalang ako nagkulong at nagbasa ng books. Makalipas ang ilang oras, may customer na bumili at kasunod naman nito ay may nag lapag ng maliit na aklat sa counter. Nakayuko lang ako noon kung kaya't napatingala ako sa taong nag lapag ng aklat. At hindi ako nagkamali, si Mr. Defu nga. Napaka pormado niya ngayon suot ang kulay dark blue na jacket, naka shorts, may suot na earphone, at naka shoes. Bumalik yung tingin ko sa aklat na noon ay hawak ko na. Ang ganda na naman! Ang liit lang na kulay berde at **"Be Yourself"** ang pamagat. Napa-wow na naman ako. May kasama pa itong ballpen na mukhang ang unique din.

"Ito na po 'yon Sir? Thank you!"

"Oo. Sige, alis na 'ko"

At agad na s'yang tumalikod paalis.

"Ay Sir, wait lang!"

Tawag ko sa kanya pero hindi na siya lumingon at dire-diretso nang lumabas. Dali dali ko namang kinuha yung aklat na ibibigay ko talaga dapat sa kanya bilang remembrance at pasasalamat na din. Mabuti na lang at hindi pa nakaka-alis yung tricycle na sinakyan niya kaya naabutan ko pa siya sa labas.

"Sir wait lang po! Ito pala, sa'yo nalang din."

Sabay abot ko sa kanya ng pinaka paborito at kauna unahan kong aklat. Yung **Rich Dad Poor Dad** ni Robert Kiyosaki na tungkol sa financial literacy.

Umatras na din ako at bumalik na sa loob pagka-bigay ko. Bumalik na ako sa counter at tiningnan ulit yung mini book na galing sa kanya. Sobrang cute kasi at pocket book lang kaya pwede siyang dalhin kahit saan. Lumapit naman sa akin sila Ate Ai at Ate Vina para makichika. At iyon na nga, nag open ako sa kanila na iyon na ang huling pagpapakita ni Mr. Defu sa tindahan dahil nagpaalam na siya.

"Bakit? Lumipat na ba siya ng destino?"

"Saang lugar s'ya lilipat?"

Magkasunod na tanong sakin nung dalawa.

"Ewan ko ba 'te, hindi naman ata. Nagpaalam lang talaga s'ya na hindi na daw s'ya magpapakita sa'kin."

"Basted mo no?"

Tiningnan ko nalang sila at hindi na 'ko nakasagot. Hindi ko naman alam kung basted ang tawag doon. Hindi naman nanligaw e haha. Pero siguro nga. Napatakip nalang ako ng mukha dahil bigla akong nakaramdam ng lungkot. Lungkot na may kasamang tuwa din dahil sa aklat na binigay niya. At makalipas ang wala pa yatang kalahating oras,

"Neng! Bumalik s'ya!"

Mahinang tawag sa akin ni Ate Ai habang may sinusuklian akong customer sa harap ko. Hindi ko muna pinansin at baka nagbibiro lang siya. Pero pag alis nga nung customer ko, siya ang pumalit at inilapag ang dalawang cup ng iced coffee.

"Sa'yo yung isa."

Sambit n'ya at tumalikod papunta sa ref para pumili ng softdrinks.

"Sa akin po?"

Tanong ko naman ulit dahil baka nagkamali lang ako ng dinig haha.

"Ay hindi, sa kanila."

Nakangiti n'yang sagot at itinuro sila Ate Vina at Ate Ai. Natawa naman ako at kinuha ko nalang din sabay thank you.

"Sir picture muna tayo"

Request ko naman bago man lang sana kami hindi magkita ulit.

"Ha? Hindi pwede e."

"Ay? Bawal po?"

Disappointed ko namang tanong ulit pero hindi na siya sumagot. Lumabas nalang ako ng counter para may kunin. At pagbalik ko,

"O sige, wag mo lang i upload ha?"

"Sige po, payag"

Natuwa naman ako at mabilis kong kinuha yung cellphone at nagselfie kami. Pagkatapos ay agad ko na ding itinabi ng hindi na tinitingnan kung okay ba yung kuha namin o hindi. Ang mahalaga, may picture kami together para may remembrance ako. Para siguradong hindi ko makalimutan yung mukha niya. Saka hilig ko na talaga noon pa ang picture with someone na alam ko na mawawala din.

"Saan ka papunta n'yan Sir?" napaka pormado n'ya naman kasi na parang may lakad.

"Magbabakasyon muna. Alis na 'ko."

"Oh sige po. Ingat"

At tuluyan na nga siyang umalis sakay ng tricycle na sinakyan niya din kanina.

"Ateee"

Nag eemote na tawag ko sa dalawang kasama ko. Parang gusto kong umiyak.

"Aruyy, babye na Nyx."

"Okay lang 'yan. Ang mahalaga sinabi mo agad yung totoo. Hindi mo s'ya pinaasa."

"Oo nga."

"Saan daw yun pupunta?"

"Hindi ko alam 'te. Basta hindi na daw muna siya magpapakita sa'kin e."

"Bakit daw?"

"Eh di wala na tayong suki ng Defu?"

"Hindi ko alam 'te"

"Syempre para makalimot e. Magre-relax relax muna ganun"

Sagot naman ng isa sa kanila.

Pumasok na 'ko sa loob ng counter para tingnan yung book at inumin yung iced coffee galing sa kanya. Maya maya pa, tumunog ang cellphone ko at nang icheck ko yung notification, may message mula kay Sir Defu.

"Thanks and Bye Nyx."

Napangiti nalang ako. Hindi ko alam kung magre-reply pa ba ako o hindi na. Pero sa huling pagkakataon, nagreply pa din ako.

"Salamat din ng marami sa'yo Sir, stay safe po."

"HANGGANG SA MULI."

Inilapag ko na yung phone ko at simula noon, hindi na din s'ya nagmessage. Hindi ko man tiyak kung mayroon pa ngang hanggang sa muli, ang mahalaga ay isa s'yang naging mahalagang parte ng buhay ko. Isa s'ya sa mga dahilan kung bakit nadagdagan pa yung tiwala ko sa sarili ko at sa kakayahan ko. May naging dahilan kung bakit ko s'ya nakilala. Dahil sa kanya, nagawa kong umpisahan at tapusin yung aklat na pangarap ko lang na gawin noon. Ang kauna-unahang aklat na nagawa ko kung saan isa s'ya sa nasa dedication gaya ng ipinangako ko sa kanya noong magkasama kami. Sandaling panahon man yung pinagsamahan namin, ngunit nag-iwan naman ito ng permanenteng ala-ala, motibasyon, at inspirasyon.

About the Author

Mica Jose

Mica Jose is an author of Self Love - The Way To A Happy Life. She is from the beautiful province of Occidental Mindoro. Mica has a lot of hobbies like flower gardening, motorcycle and other vehicle driving, adventure, exploring, and writing about different topics. One of the things she loves to write about is her own life stories. Since she was in highschool, she already writes everyday in her diary. She has a dream of being a policewoman before. But because of some hindrance, she didn't pursue it in college but only took a Bachelor of Science in Office Administration. She graduated last June 2022 and earned a latin honor cum laude at Occidental Mindoro State College. And now she continues doing things that she loves specially writing. Miss Jose has a beautiful personality and was known as strong and optimistic woman.

www.ingramcontent.com/pod-product-compliance
Lightning Source LLC
LaVergne TN
LVHW041639070526
838199LV00052B/3447